Impressum
Verlag: BABADADA GmbH, Nedderfeld 112 , 22529 Hamburg
Geschäftsführer / Verlagsleitung: Harald Hof
Druck: Books on Demand GmbH, In de Tarpen 42, 22848 Norderstedt

Imprint
Publisher: BABADADA GmbH, Nedderfeld 112 , 22529 Hamburg, Germany
Managing Director / Publishing direction: Harald Hof
Print: Books on Demand GmbH, In de Tarpen 42, 22848 Norderstedt

# escola

# shule

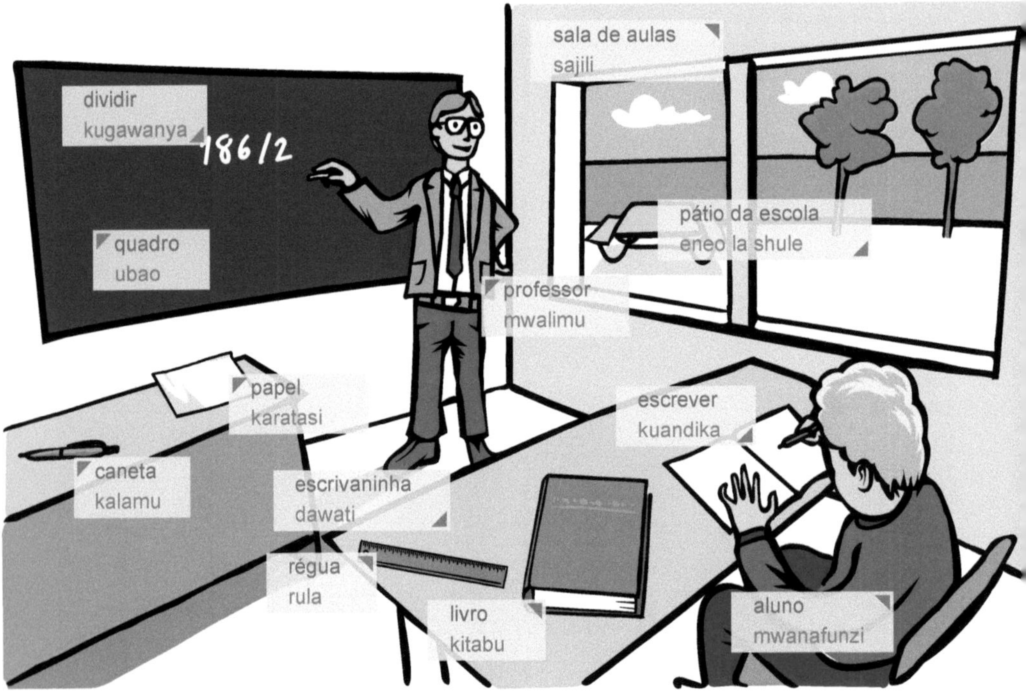

sala de aulas
sajili
dividir
kugawanya
186/2
quadro
ubao
pátio da escola
eneo la shule
professor
mwalimu
papel
karatasi
escrever
kuandika
caneta
kalamu
escrivaninha
dawati
régua
rula
livro
kitabu
aluno
mwanafunzi


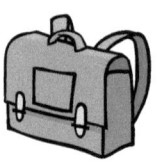

sacola

mkoba

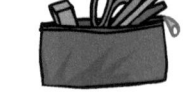

estojo de lápis

kikasha cha penseli

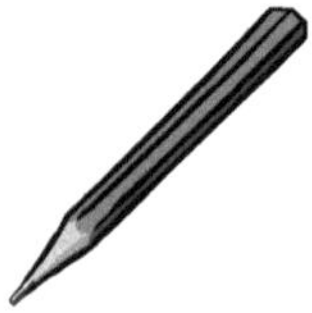

lápis

penseli

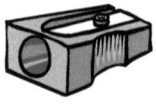

apontador de lápis

kichonga penseli

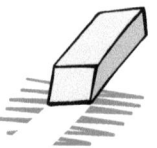

borracha

mpira

bloco de desenho

pedi ya kuchora

desenho

uchoraji

pincel

brashi ya rangi

estojo de tintas

sanduku la rangi

tesoura

mkasi

cola

gundi

livro de exercícios

daftari

lição de casa

kazi ya nyumbani

número

nambari

somar

jumlisha

subtrair

ondoa

multiplicar

zidisha

calcular

kokotoa

letra

barua

alfabeto

alfabeti

palavra

neno

texto

maandishi

ler

kusoma

giz

chaki

hora

somo

registro da classe

sajili

exame

uchunguzi

certificado

cheti

uniforme escolar

sare za shule

educação

elimu

enciclopédia

elezo

universidade

chuo kikuu

microscópio

darubini

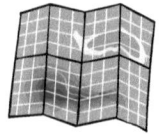

mapa

ramani

cesto de lixo

kikapu cha kuweka karatasi
chafu

escola - shule

# viagem
# usafiri

hotel
hoteli
Grand
albergue
hosteli
ROOMS
casa de câmbio
ofisi ya ubadilishanaji
mala
sanduku
carro
gari

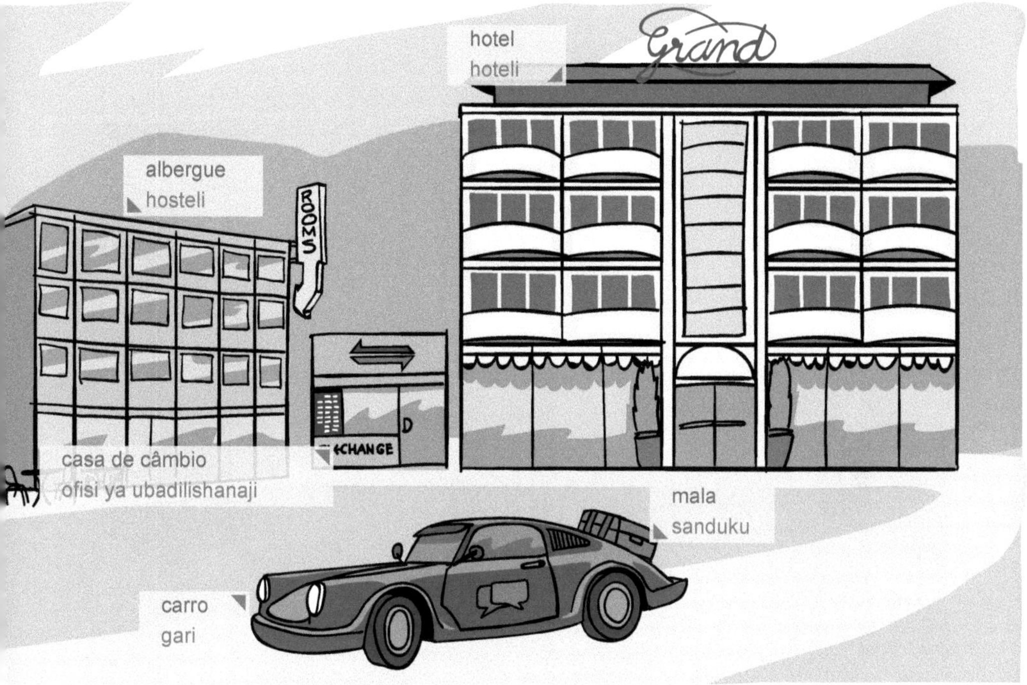

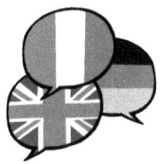

idioma
lugha

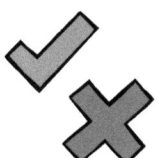

sim / não
ndiyo / la

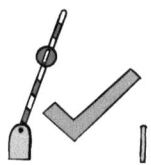

ok
sawa

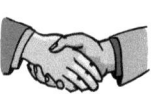

Olá
hujambo

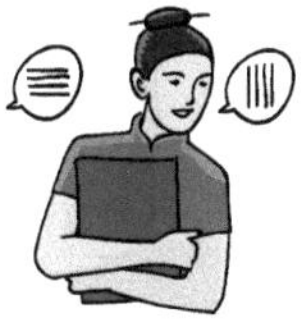

tradutor
mtafsiri

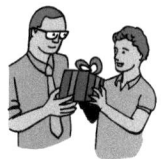

obrigado
Asante

quanto custa...?

kiasi gani ni ...?

eu não entendo

Sielewi

problema

tatizo

boa noite!

Jioni njema!

Bom dia!

Habari za asubuhi!

Boa noite!

Usiku mwema!

até logo

kwa heri

direção

mwelekeo

bagagem

mizigo

bolsa

mfuko

mochila

shanta

convidado

mgeni

quarto

chumba

saco de dormir

begi la kulalia

barraca

hema

informação turística

taarifa ya utalii

praia

ufuo

cartão de crédito

kadi

café da manhã

kifunguakinywa

almoço

chakula cha mchana

jantar

chakula cha jioni

bilhete

tiketi

elevador

kuinua

selo

muhuri

fronteira

mpaka

alfândega

mila

embaixada

ubalozi

visto

visa

passaporte

pasipoti

# transporte
## usafiri

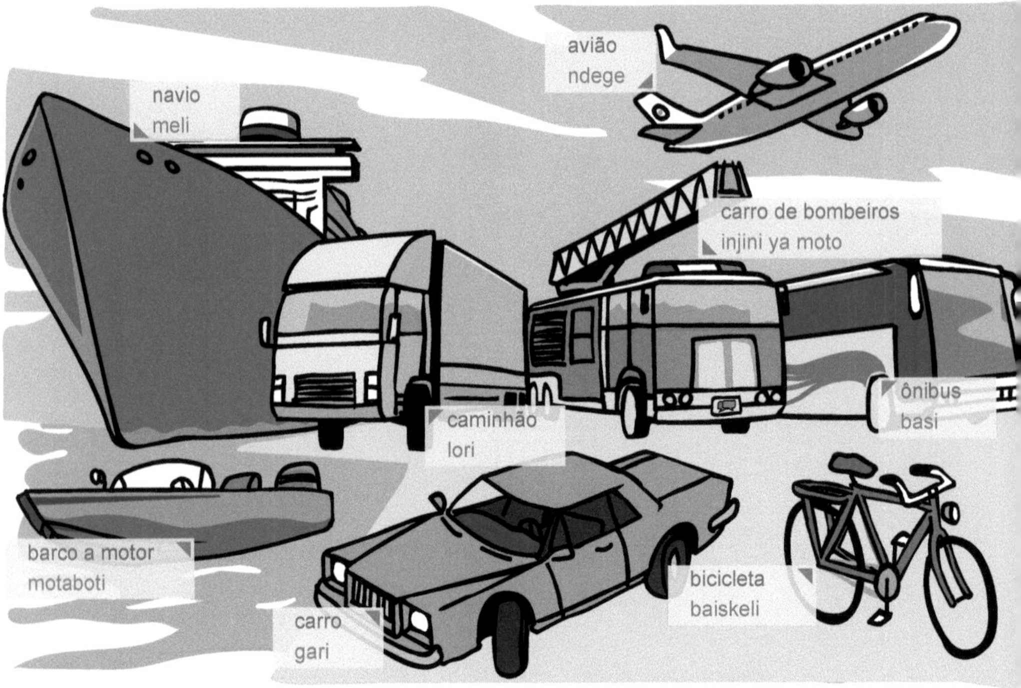
avião
ndege
navio
meli
carro de bombeiros
injini ya moto
ônibus
basi
caminhão
lori
barco a motor
motaboti
bicicleta
baiskeli
carro
gari

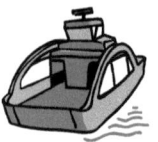

balsa
feri

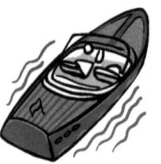

barco
mashua

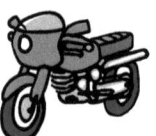

motocicleta
pikipiki

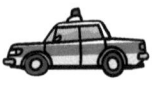

veículo policial
gari la polisi

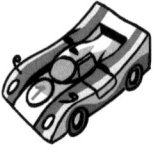

carro de corrida
gari la mashindano

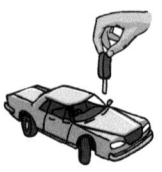

carro de aluguel
gari la kukodisha

compartilhamento de
automóvel

kushiriki gari

caminhão de reboque

lori la kuvuta

caminhão de lixo

ukusanyaji taka

motor

motor

combustível

mafuta

posto de gasolina

kituo cha mafuta

placa de trânsito

ishara trafiki

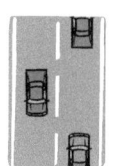

trânsito

trafiki

trânsito lento

msongamano

estacionamento

maegesho

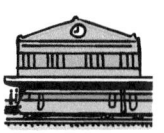

estação de trem

kituo cha treni

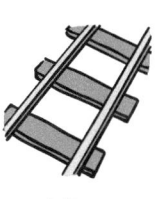

trilhos

reli

trem

garimoshi

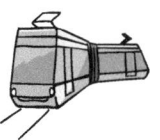

bonde

tremu

vagão

gari la mizigo

helicóptero
helikopta

aeroporto
uwanja wa ndege

torre
mnara

passageiro
abiria

contêiner
chombo

cartolina
katoni

carroça
mkokoteni

cesto
kikapu

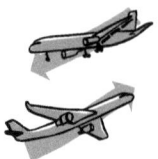

decolar / pousar
ondoka

## cidade
## jiji

vilarejo
kijiji

centro da cidade
katikati ya jiji

casa
nyumba

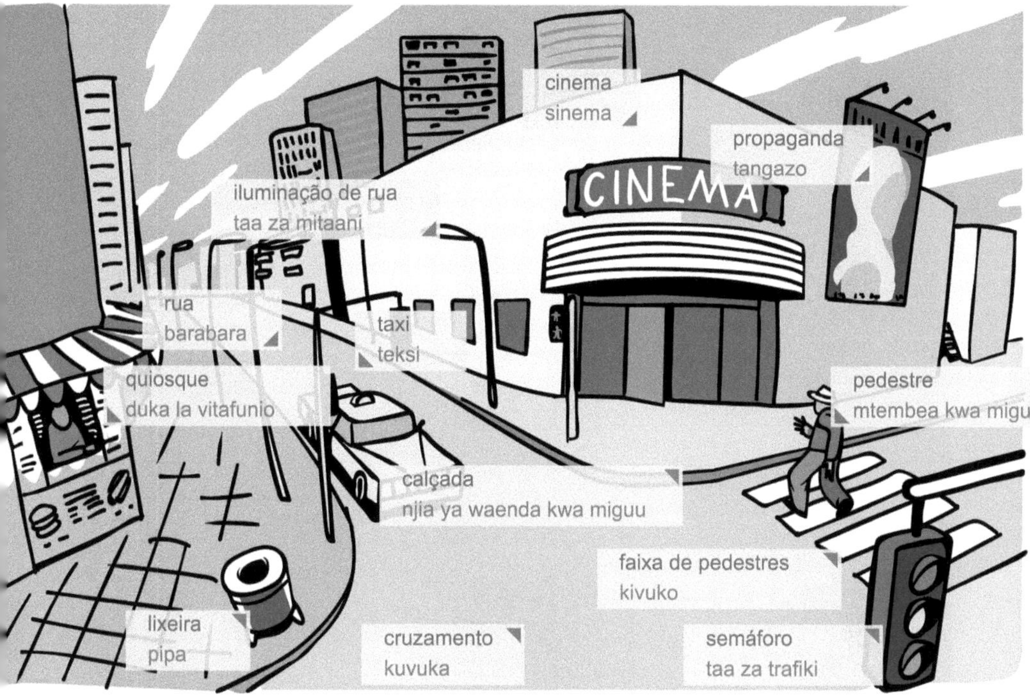

cinema
sinema

propaganda
tangazo

iluminação de rua
taa za mitaani

CINEMA

rua
barabara

taxi
teksi

quiosque
duka la vitafunio

pedestre
mtembea kwa migu

calçada
njia ya waenda kwa miguu

faixa de pedestres
kivuko

lixeira
pipa

cruzamento
kuvuka

semáforo
taa za trafiki

cabana
kibanda

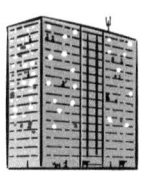

apartamento
gorofa

estação de trem
kituo cha treni

prefeitura
ukumbi wa mji

museu
Makavazi

escola
shule

universidade

chuo kikuu

banco

benki

hospital

hospitali

hotel

hoteli

farmácia

duka la dawa

escritório

ofisi

livraria

duka la kitabu

loja

duka

floricultura

duka la maua

supermercado

dukakuu

mercado

soko

loja de departamentos

idara ya kuhifadhi

peixaria

mwuza samaki

centro comercial

kituo cha ununuzi

porto

bandari

parque

Hifadhi

banco

benki

ponte

daraja

escadas

vidato

metrô

chini ya ardhi

túnel

handaki

ponto de ônibus

kituo cha mabasi

bar

bar

restaurante

mgahawa

caixa de correspondência

sanduku la posta

placa de rua

ishara ya barabara

parquímetro

mita ya maegesho

zoológico

bustani ya wanyama

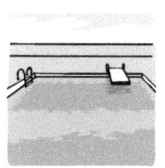

piscina

kidimbwi cha kuogelea

mesquita

msikiti

fazenda

shamba

poluição

uchafuzi

cemitério

makaburini

igreja

kanisa

parquinho

uwanja wa michezo

templo

hekalu

## paisagem
## mazingira

folha
jani

placa de sinalização
ishara ya mwelekeo

caminho
njia

gramado
malisho

pedra
jiwe

árvore
mti

caminhantes
mtembeaji wa masafa

rio
mto

grama
nyasi

flor
ua

vale
bonde

montanha
kilima

lago
ziwa

floresta
msitu

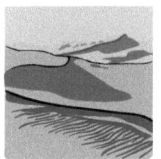

deserto
jangwa

vulcão
volkano

castelo
ngome

arco-íris
upinde wa mvua

cogumelo
uyoga

palmeira
mtende

mosquito
mbu

mosca
kuruka

formiga
chungu

abelha
nyuki

aranha
buibui

besouro

mende

sapo

chura

esquilo

kuchakuro

ouriço

nungunungu

lebre

sungura

coruja

bundi

pássaro

ndege

cisne

swan

javali

nguruwe mwitu

veado

kulungu

alce

aina ya kongoni

barragem

bwawa

aerogerador

tabo ya upepo

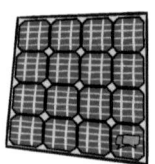

painel solar

nishaji ya jua

clima

hali ya hewa

# restaurante
## mgahawa

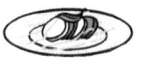

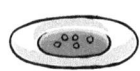

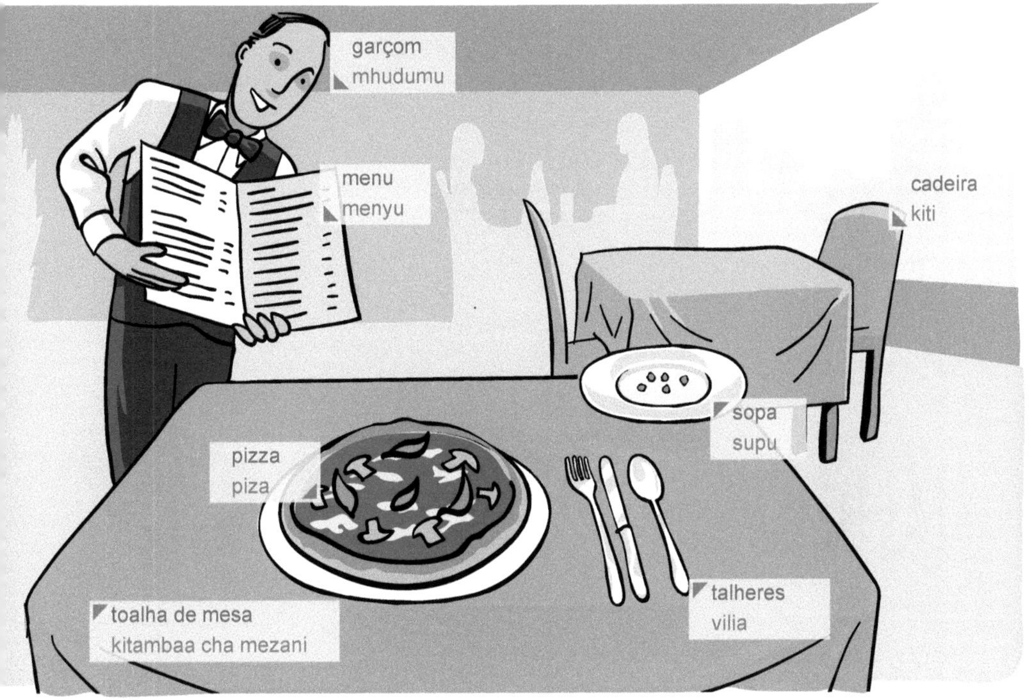
garçom
mhudumu
menu
menyu
cadeira
kiti
sopa
supu
pizza
piza
talheres
vilia
toalha de mesa
kitambaa cha mezani

entrada

kiamsha hamu

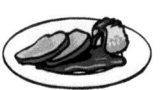

prato principal

kozi kuu

sobremesa

kitindamlo

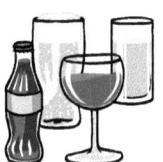

bebidas

vinywaji

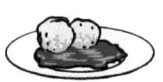

comida

chakula

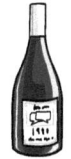

garrafa

chupa

fastfood

chakula cha haraka

comida de rua

Streetfood

bule de chá

buli

açucareiro

kisanduku cha sukari

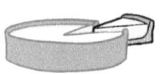

porção

sehemu

máquina de expresso

mashine ya espresso

cadeirão

kiti kirefu

conta

muswada

bandeja

trei

faca

kisu

garfo

uma

colher

kijiko

colher de chá

kijiko cha chai

guardanapo

nepi

copo

glasi

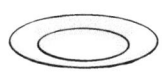

prato

sahani

prato de sopa

sahani ya supu

pires

sufuria

molho

mchuzi

saleiro

kichanyaji chumvi

moedor de pimenta

kinu cha pilipili

vinagre

siki

óleo

mafuta

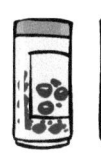

especiarias

viungo

ketchup

kechapu

mostarda

haradali

maionese

kachumbari nzito

# supermercado

# dukakuu

oferta especial
ofa maalum
FOR
cliente
mteja
laticínios
maziwa
frutas
matunda
carrinho de compras
toroli


BUTCHERS


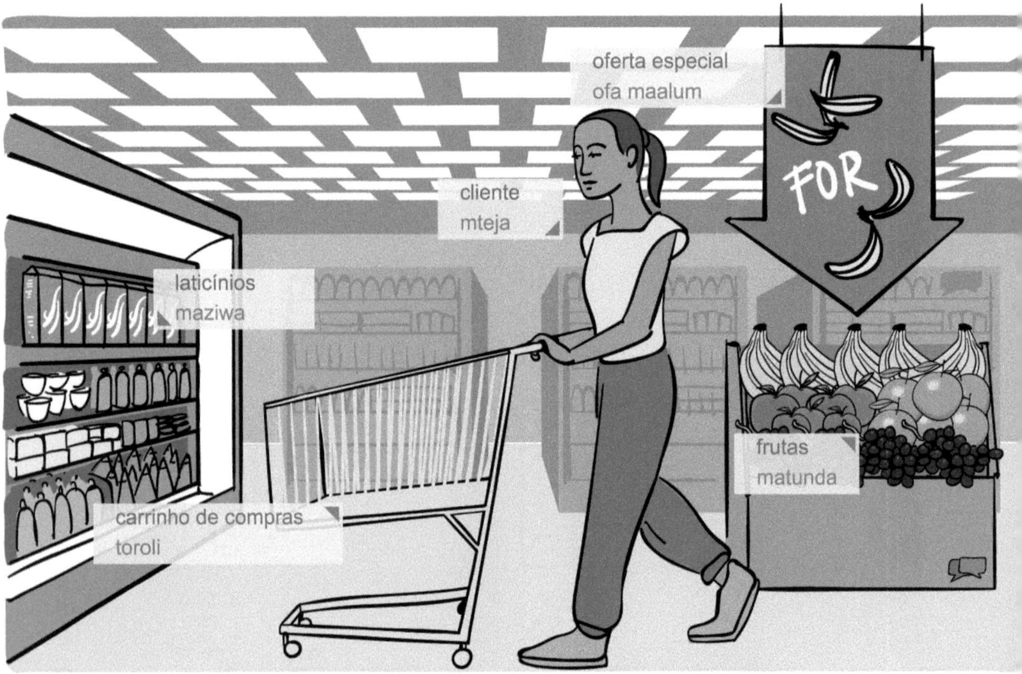

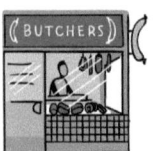

açougue

mchinjaji

BAKERY


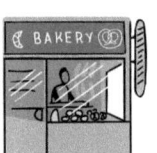

padaria

mwokaji

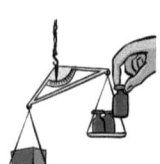

pesar

uzito

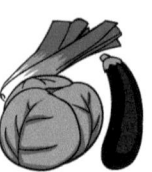

legumes

mboga

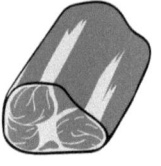

carne

nyama

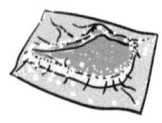

congelados

chakula waliohifadhiwa

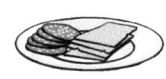

charcutaria

vipande vya nyama baridi

conservas

chakula cha kopo

detergente em pó

sabuni ya unga

doces

pipi

artigos domésticos

bidhaa za kaya

produtos de limpeza

bidhaa za kusafisha

vendedora

mtu mauzo

caixa

mpaka

caixa

keshia

lista de compras

orodha ya manunuzi

horário de funcionamento

masaa ya ufunguzi

carteira

mkoba

cartão de crédito

kadi

sacola

mfuko

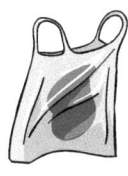

saco plástico

mfuko wa plastiki

supermercado - dukakuu

água
maji

suco
sharubati

leite
maziwa

coca-cola
coke

vinho
mvinyo

cerveja
bia

álcool
pombe

cacau
kakao

chá
chai

café
kahawa

expresso
spreso

cappuccino
kapuchino

banana

ndizi

maçã

tufaha

laranja

machungwa

melão

tikiti

limão

lemon

cenoura

karoti

alho

kitunguu saumu

bambu

mianzi

cebola

kitunguu

cogumelo

uyoga

nozes

karanga

macarrão

nudo

espaguete

spageti

arroz

mpunga

salada

saladi

batatas fritas

vibanzi

batatas frias

viazi vya kukaanga

pizza

piza

hambúrger

hambaga

sanduíche

sandwichi

escalope

kipande

presunto

paja la mnyama

salame

salami

salsicha

soseji

galinha

kuku

assado

choma

peixe

samaki

flocos de aveia
oats ya uji

granola
muesli

flocos de milho
cornflakes

farinha
unga

croissant
kroisanti

pãozinho
andazi

pão
mkate

torrada
mkate wa kubanika

biscoitos
biskuti

manteiga
siagi

requeijão
maziwa mgando

bolo
keki

ovo
yai

ovo frito
yai kukaanga

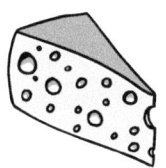

queijo
jibini

comida - chakula

sorvete

aiskrimu

açúcar

sukari

mel

asali

geleia

jemu

creme de avelãs

kuenea kwa chokoleti

curry

mchuzi wa viungo

# fazenda
# shamba

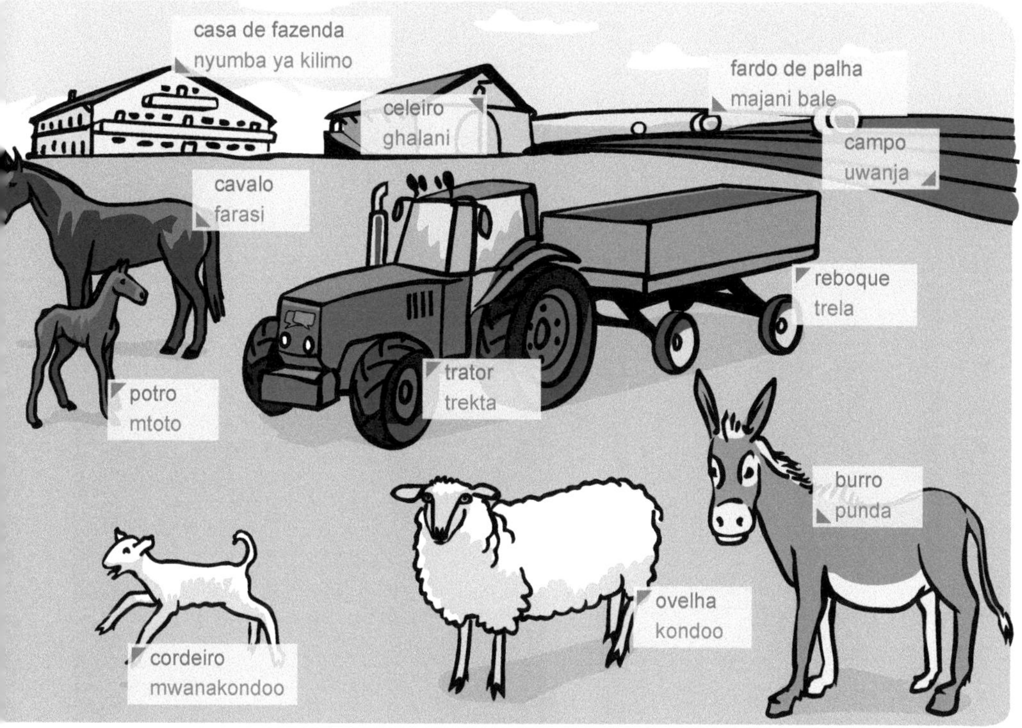
casa de fazenda
nyumba ya kilimo
fardo de palha
majani bale
celeiro
ghalani
campo
uwanja
cavalo
farasi
reboque
trela
trator
trekta
potro
mtoto
burro
punda
ovelha
kondoo
cordeiro
mwanakondoo

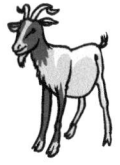

cabra

mbuzi

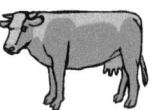

vaca

ng'ombe

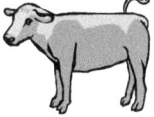

bezerro

ndama

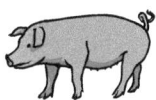

porco

nguruwe

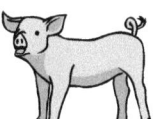

leitão

mwananguruwe

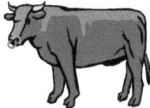

touro

fahali

ganso

batabukini

pato

bata

pintinho

kifaranga

galinha

kuku

galo

jogoo

ratazana

panya

gato

paka

camundongo

panya

boi

ng'ombe

cachorro

mbwa

casinha do cachorro

nyumba ya mbwa

mangueira de jardim

bomba la bustani

regador

debe la kumwagilia maji

foice

fyekeo

arado

kulima

foice

mundu

enxada

jembe

forquilha

uma wa nyasi

machado

shoka

carrinho de mão

toroli

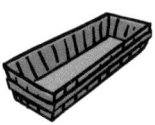

manjedoura

kupitia nyimbo

jarra de leite

chombo cha maziwa

saco

gunia

cerca

ua

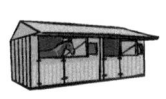

estábulo

imara

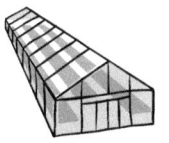

estufa

chafu

solo

udongo

semente

mbegu

fertilizante

mbolea

colheitadeira

kivunaji

colher
mavuno

colheita
mavuno

inhame
viazi vikuu

trigo
ngano

soja
soya

batata
viazi

milho
mahindi

colza
rapa

árvore frutífera
mti wa matunda

mandioca
muhogo

cereais
nafaka

# casa
# nyumba

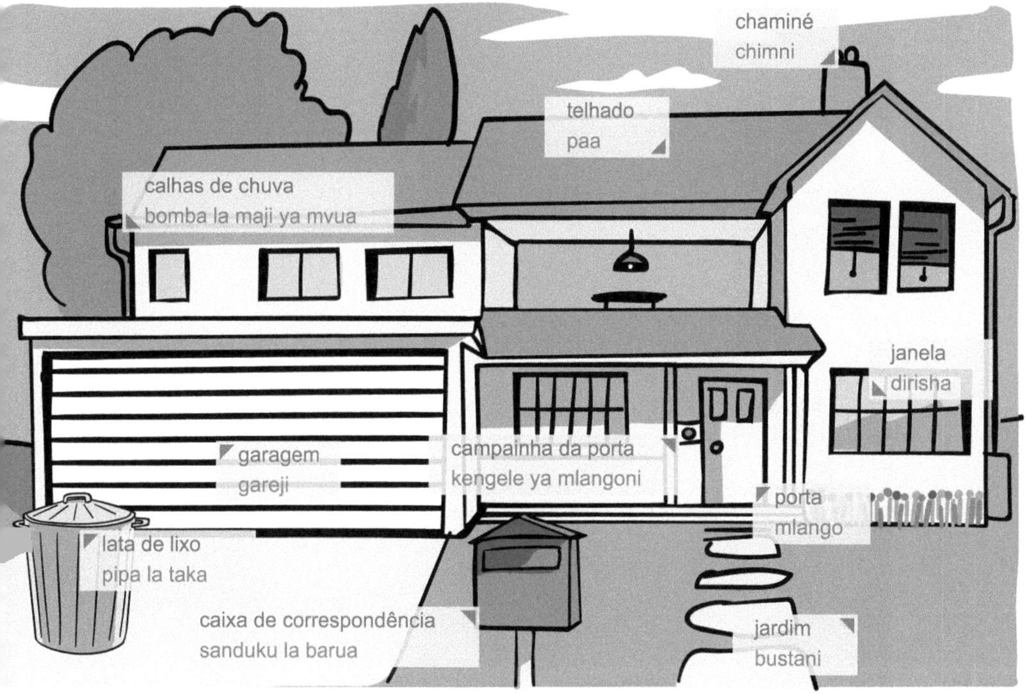
chaminé
chimni
telhado
paa
calhas de chuva
bomba la maji ya mvua
janela
dirisha
garagem
gareji
campainha da porta
kengele ya mlangoni
porta
mlango
lata de lixo
pipa la taka
caixa de correspondência
sanduku la barua
jardim
bustani

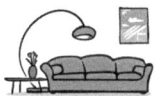

sala de estar

sebuleni

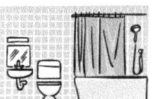

banheiro

bafu

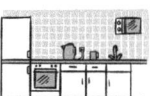

cozinha

jikoni

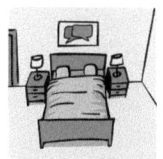

quarto de dormir

chumba cha kulala

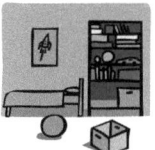

quarto de criança

chumba ya mtoto

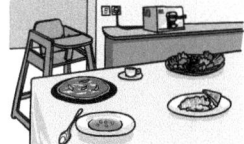

sala de jantar

chumba cha kulia

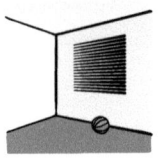

chão

sakafu

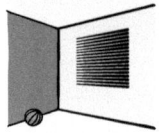

parede

ukuta

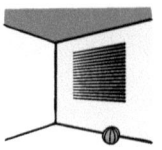

teto

dari

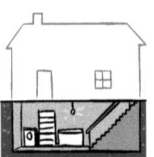

porão

pishi

sauna

sauna

varanda

roshani

terraço

mtaro

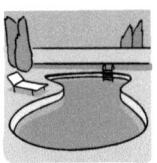

piscina

kidimbwi

cortador de grama

mashine ya kukata nyasi

lençol

karatasi

coberta

kitambaa cha kupamba
kitanda

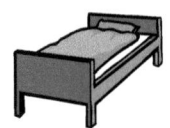

cama

kitanda

vassoura

ufagio

balde

ndoo

interruptor

kubadili

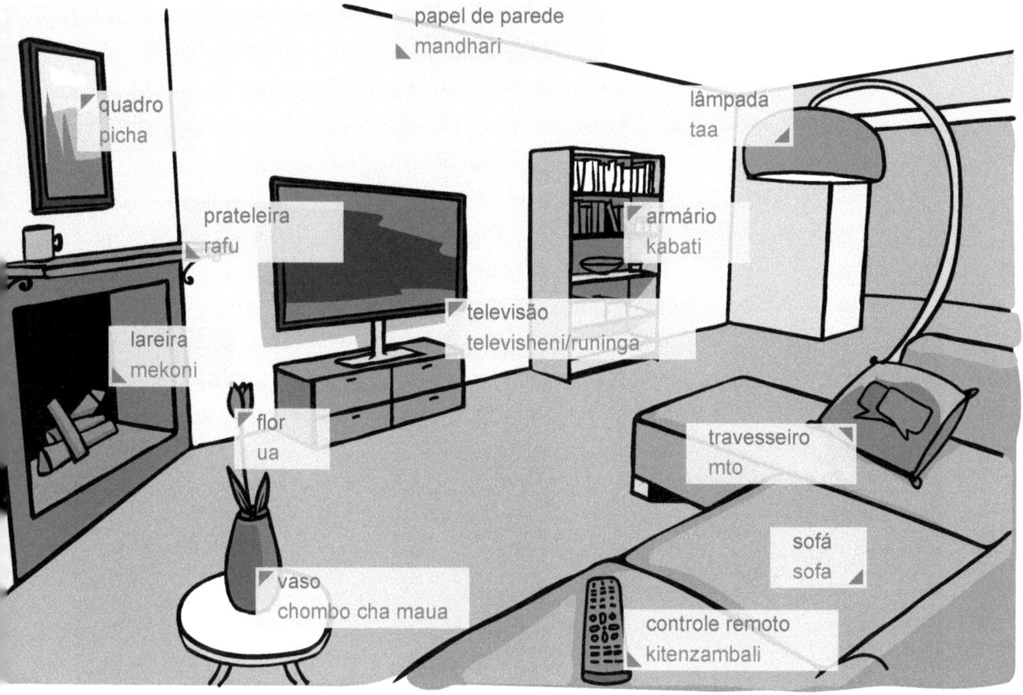

papel de parede
mandhari

quadro
picha

lâmpada
taa

prateleira
rafu

armário
kabati

lareira
mekoni

televisão
televisheni/runinga

flor
ua

travesseiro
mto

sofá
sofa

vaso
chombo cha maua

controle remoto
kitenzambali

tapete
zulia

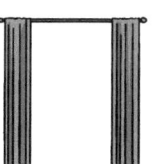

cortina
pazia

mesa
meza

cadeira
kiti

cadeira de balanço
kiti cha bembea

poltrona
armchair

livro

kitabu

cobertor

blanketi

decoração

mapambo

lenha

kuni

filme

filamu

equipamento de som

kifaa cha hi-fi

chave

ufunguo

jornal

gazeti

pintura

uchoraji

pôster

bango

rádio

redio

bloco de notas

daftari

aspirador

kifyonza

cacto

dungusi kakati

vela

mshumaa

# cozinha
# jikoni

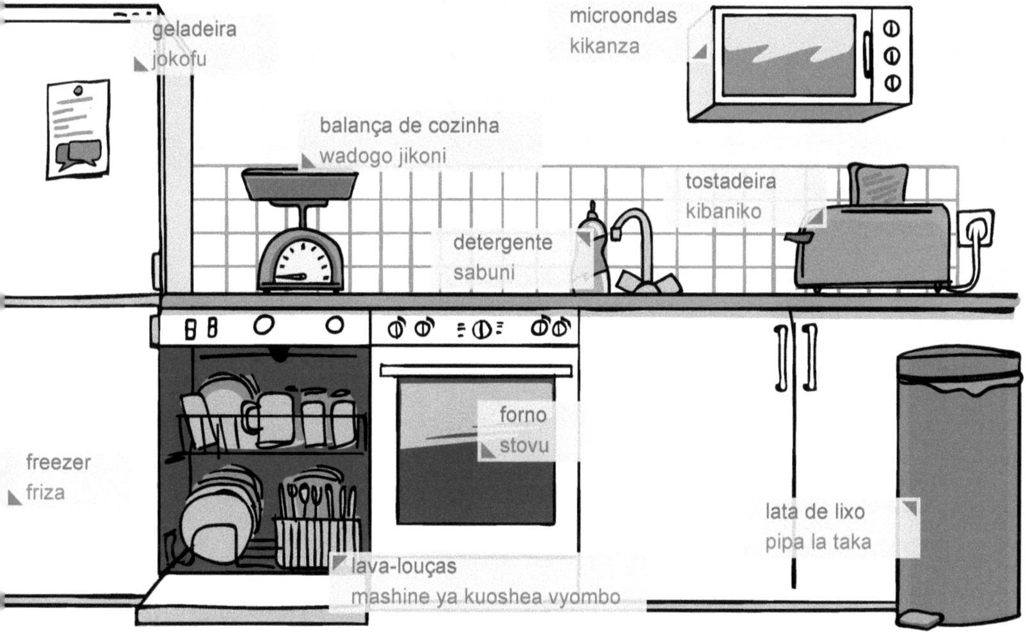
geladeira
jokofu
microondas
kikanza
balança de cozinha
wadogo jikoni
tostadeira
kibaniko
detergente
sabuni
forno
stovu
freezer
friza
lata de lixo
pipa la taka
lava-louças
mashine ya kuoshea vyombo

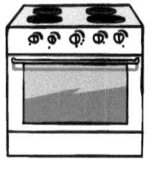

fogão

jiko la kupika

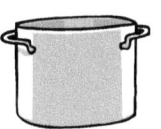

panela

chungu

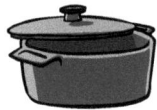

panela de ferro

sufuria ya chuma

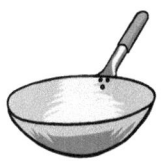

wok / kadai

wok / kadai

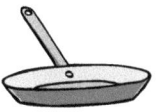

frigideira

kaango

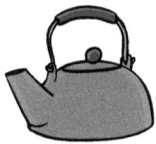

chaleira

birika

panela a vapor

stima

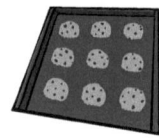

tabuleiro de forno

sinia ya kuoka

louça

vyombo vya udongo

caneca

kombe

caçarola

bakuli

hashi

vijiti vya kulia

concha de sopa

ukawa

espátula

mwiko mpana

batedor

burashi

escorredor

kichujio

peneira

chujio

ralador

mbuzi

almofariz

chokaa

churrasqueira

barbeque

lareira

moto wazi

tábua de cortar

ubao wa majaribio

rolo da massa

kijiti cha kusukuma unga

saca-rolhas

kizibuo

lata

kopo

abridor de latas

inaweza kopo

pegador de panela

kishikio cha chungu

pia

karo

escova

brashi

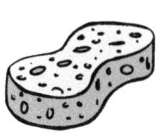

esponja

sifongo

liquidificador

kisagaji matunda

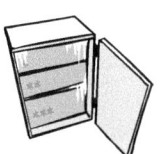

congelador

friji ya kina

mamadeira

chupa ya mtoto

torneira

bomba

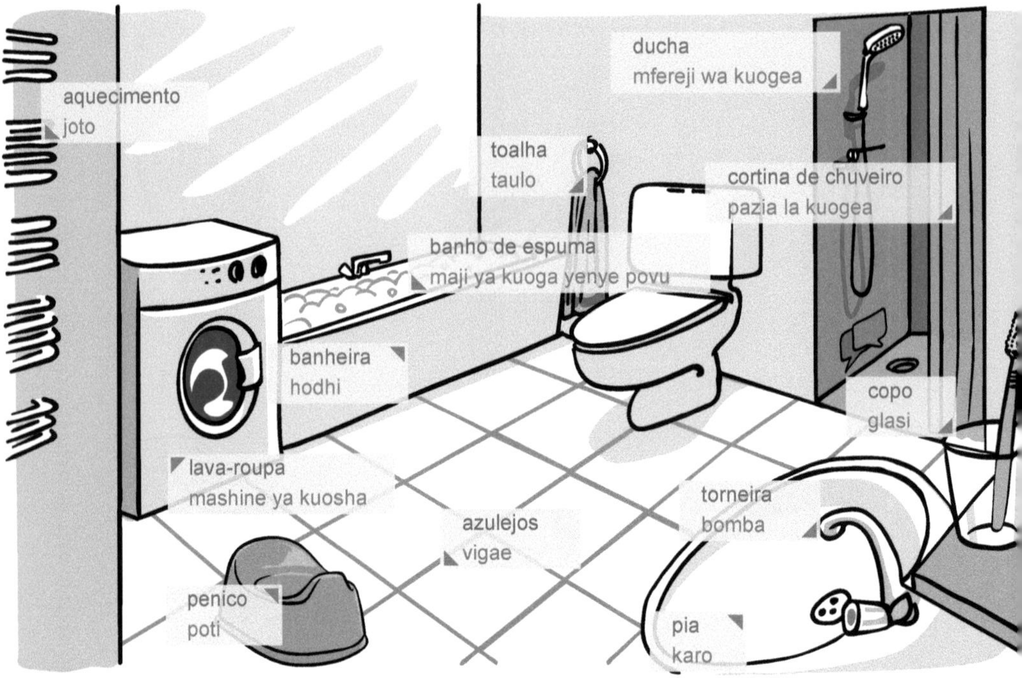

aquecimento
joto

ducha
mfereji wa kuogea

toalha
taulo

cortina de chuveiro
pazia la kuogea

banho de espuma
maji ya kuoga yenye povu

banheira
hodhi

copo
glasi

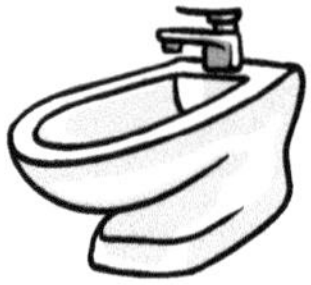

lava-roupa
mashine ya kuosha

azulejos
vigae

torneira
bomba

penico
poti

pia
karo

| 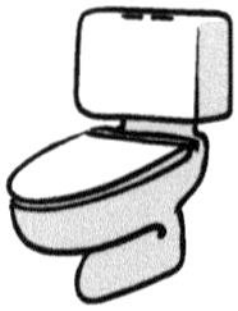 vaso sanitário | 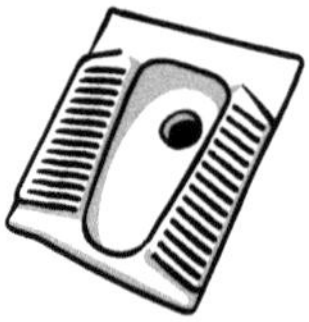 lavabo de agachar | bidê |
|---|---|---|
| choo | choo cha squat | beseni la mviringo |

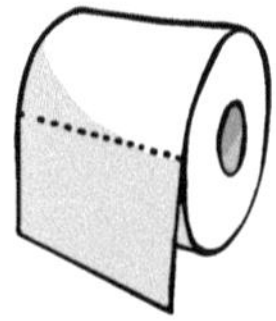

| 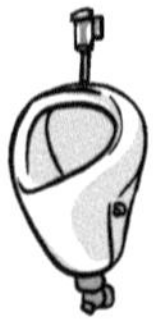 mictório | papel higiênico | 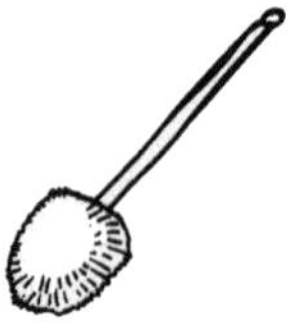 escova de privada |
|---|---|---|
| choo cha umma | shashi | brashi ya choo |

escova de dentes

mswaki

pasta de dentes

dawa ya meno

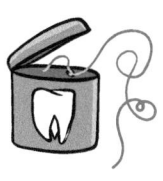

fio dental

dawa ya meno

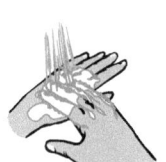

lavar

safisha

ducha de mão

kuoga mkono

ducha íntima

msukumo wa maji

bacia

bonde

escova para as costas

mpako wa pili

sabonete

sabuni

gel de banho

jeli ya kuogea

xampu

shampuu

toalha de rosto

flana

escoamento

toa maji

creme

krimu

desodorante

kiondoa harufu

espelho

kioo

espelho de mão

kioo mkono

barbeador

kinyozi

espuma de barbear

povu la kunyoa

loção pós-barba

baada ya kunyoa

pente

kichana

escova

brashi

secador de cabelo

kikausha nywele

spray de cabelo

marashi ya nyewele

maquiagem

vipodozi

batom

kidomwa

esmalte de unhas

varnish ya msumari

algodão

pamba

tesoura para unhas

mkasi wa kucha

perfume

manukato

nécessaire

mkoba wa kuosha

banquinho

kinyesi

balança

mizani

roupão de banho

nguo ya kuoga

luvas de borracha

glavu za mpira

absorvente interno

kisodo

absorvente íntimo

sodo

banheiro químico

kemikali choo

# quarto de criança
# chumba ya mtoto

despertador
saa ya kengele
boneco de pelúcia
kidoli cha kupakata
carrinho de brinquedo
gari bandia
chacoalho
kelele
casa de bonecas
chumba cha midoli
presente
sasa

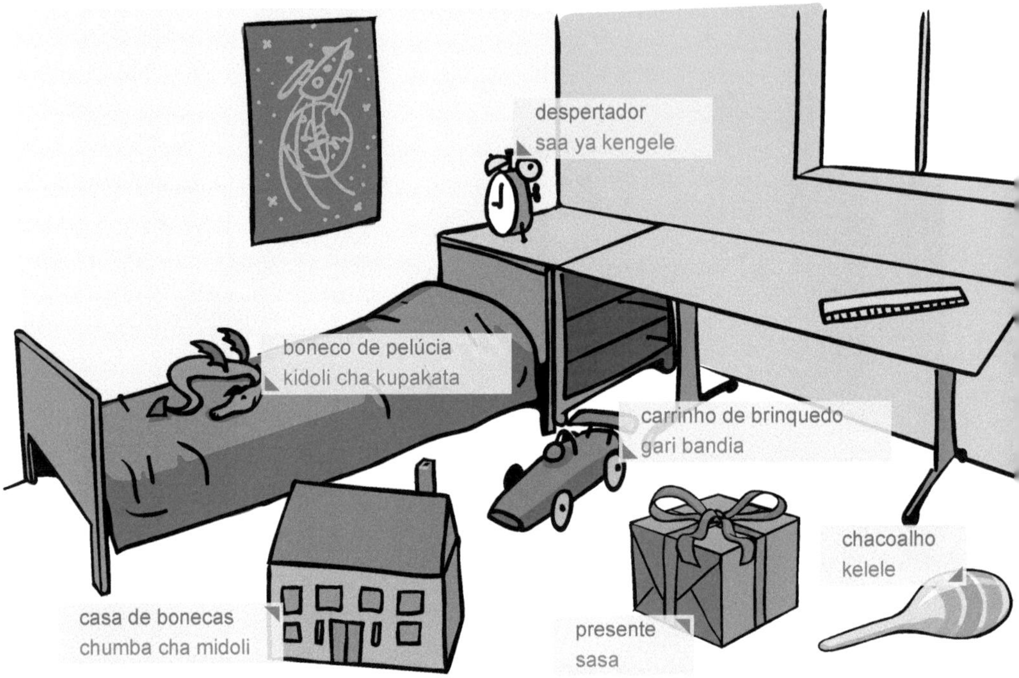

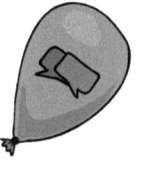

balão

baluni

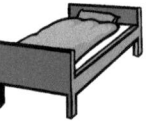

cama

kitanda

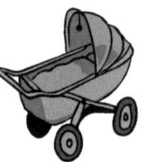

carrinho de bebê

mashua

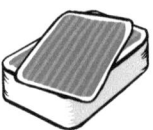

jogo de cartas

staha ya kadi

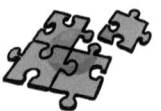

quebra-cabeças

mchezo-fumb

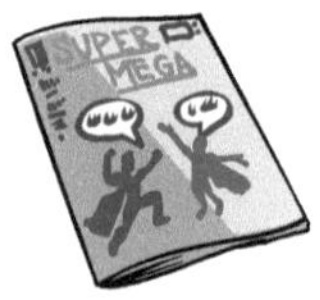

revista de quadrinhos

vichekesho

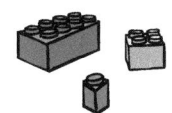

peças de Lego
matofali lego

blocos de construção
vitalu mwigo

figura de ação
hatua takwimu

macaquinho de bebê
suti ya kulalia

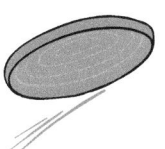

frisbee
kisahani

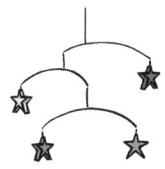

móbile para bebé
simu

jogo de tabuleiro
ubao wa michezo

dados
kete

trenzinho elétrico
garimoshi mwigo

chupeta
dummy

festa
chama

livro ilustrado
picha kitabu

bola
mpira

boneca
kikaragosi

brincar
kucheza

caixa de areia

shimo la mchanga

balanço

bembea

brinquedos

vitu bandia

videogame

kiweko cha video ya mchezo

triciclo

baiskeli ya magurudumu

ursinho de pelúcia

mwanasesere

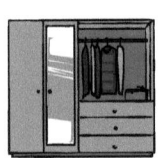

guarda-roupa

kabati

matatu

# vestuário

## nguo

meias

soksi

meias pelo joelho

stokingi

meias-calças

kibano

cachecol
skafu

guarda-chuva
mwavuli

cinto
ukanda

camiseta
fulana

tênis
wakufunzi

botas
viatu

chinelos
ndara

sandálias
malapa

sapatos
viatu

botas de borracha
mabuti ya mpira

roupa de baixo
suruali ya ndani

sutiã
sidiria

camiseta de baixo
fulana

vestuário - nguo

45

body

mwili

calças

suruali

jeans

dangirizi

saia

sketi

blusa

blauzi

camisa

shati

pulôver

vuta

suéter com capuz

sweta

blazer

bleza

jaqueta

jaketi

casaco

koti

gabardine

koti la mvua

traje

maleba

vestido

gauni

vestido de casamento

mavazi ya harusi

terno
suti

camisola
vazi la usiku

pijama
pajama

sari
sari

lenço de cabeça
skafu

turbante
kilemba

burca
burka

cafetã
kaftan

abaya
abaya

maiô
vazi la kuogelea

sunga
vazi la kiume la kuogelea

shorts
kaptura

roupa de treino
teitei

avental
aproni

luvas
glavu

botão

kifungo

óculos

glasi

pulseira

bangili

colar

mkufu

anel

pete

brinco

herini

boné

kofia

cabide

kiango cha koti

chapéu

kofia

gravata

tai

zíper

zipu

capacete

kofia

suspensórios

kanda za suruali

uniforme escolar

sare za shule

uniforme

sare

babador

bibu

chupeta

dummy

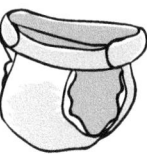

fralda

nepi

## escritório
## ofisi

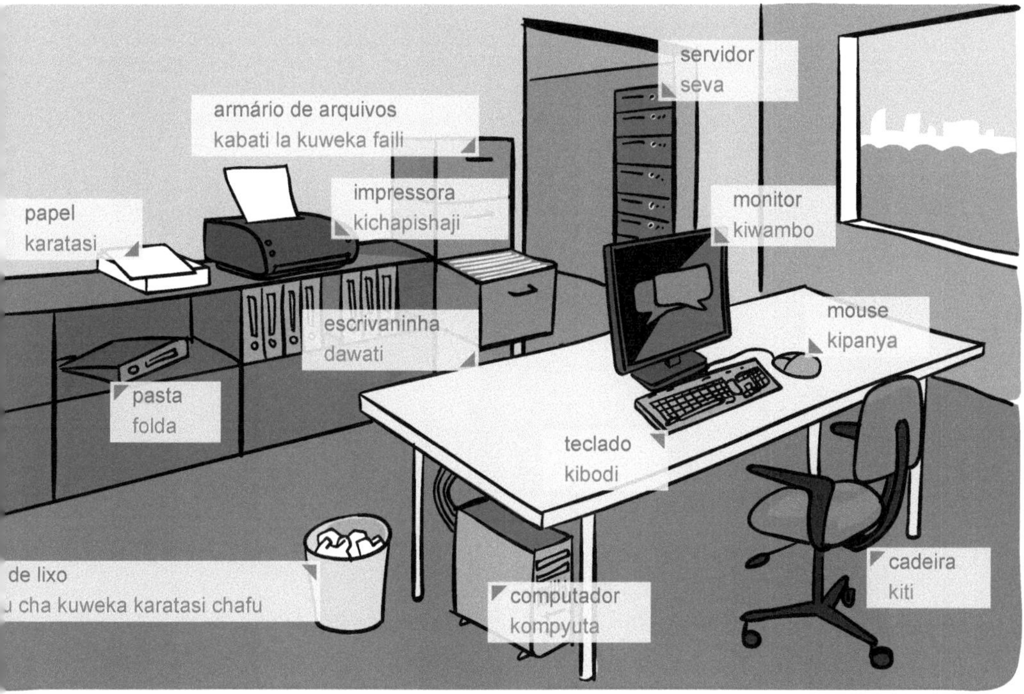

servidor
seva

armário de arquivos
kabati la kuweka faili

impressora
kichapishaji

papel
karatasi

monitor
kiwambo

escrivaninha
dawati

mouse
kipanya

pasta
folda

teclado
kibodi

de lixo
ı cha kuweka karatasi chafu

cadeira
kiti

computador
kompyuta

xícara de café

kmobe la kahawa

calculadora

kikokotoo

internet

biashara

laptop
mbali

carta
barua

mensagem
ujumbe

celular
rununu

rede
intaneti

copiadora
fotokopia

software
programu

telefone
simu

tomada
soketi

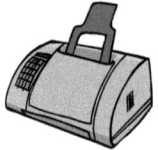

fax
kipepesi

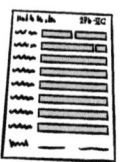

formulário
fomu

documento
hati

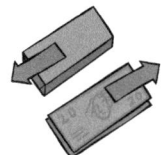

comprar

kununua

pagar

kulipa

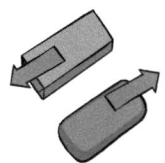

negociar

biashara

dinheiro

fedha

Dólar

dola

Euro

yuro

Yen

yeni

rublo

rouble

franco suíço

faranga ya Uswisi

renminbi yuan

renminbi yuan

rupia

rupia

caixa eletrônico

eneo la kulipia

casa de câmbio

ofisi ya ubadilishanaji

ouro

dhahabu

prata

fedha

petróleo

mafuta

energia

nishati

preço

bei

contrato

mkataba

imposto

kodi

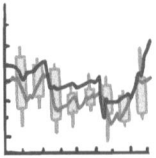

ação

bidhaa

trabalhar

kazi

empregado

mfanyakazi

empregador

mwajiri

fábrica

kiwanda

loja

duka

economia - uchumi

# profissões
## kazi

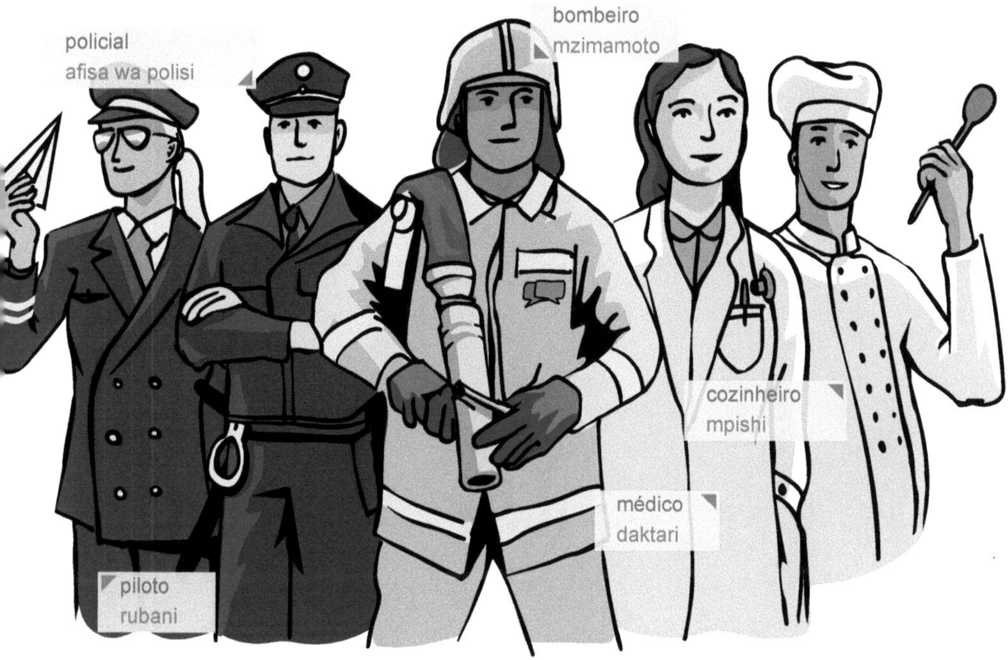

policial
afisa wa polisi
bombeiro
mzimamoto
cozinheiro
mpishi
médico
daktari
piloto
rubani


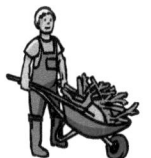

jardineiro
mtunza bustani

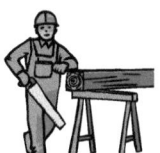

marceneiro
seremala

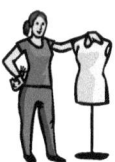

costureira
mshonaji

juiz
hakimu

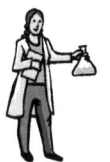

químico
mwanakemia

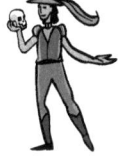

ator
muigizaji

motorista de ônibus

dereva wa basi

motorista de táxi

dereva wa teksi

pescador

mvuvi

faxineira

mwanamke wa kusafisha

telhador

mwezekaji

garçom

mhudumu

caçador

mwindaji

pintor

mchoraji

padeiro

mwokaji

eletricista

umeme

construtor

mjenzi

engenheiro

mhandisi

açougueiro

mchinjaji

encanador

fundi bomba

carteiro

mwanaposta

soldado
mwanajeshi

arquiteto
msanifu majengo

caixa
keshia

florista
muuza maua

cabelereiro
msusi

condutor
kondakta

mecânico
mekanika

capitão
nahodha

dentista
daktari wa meno

cientista
mwanasayansi

rabino
rabbi

imam
imamu

monge
mtawa

pastor
kasisi

# ferramentas
## zana

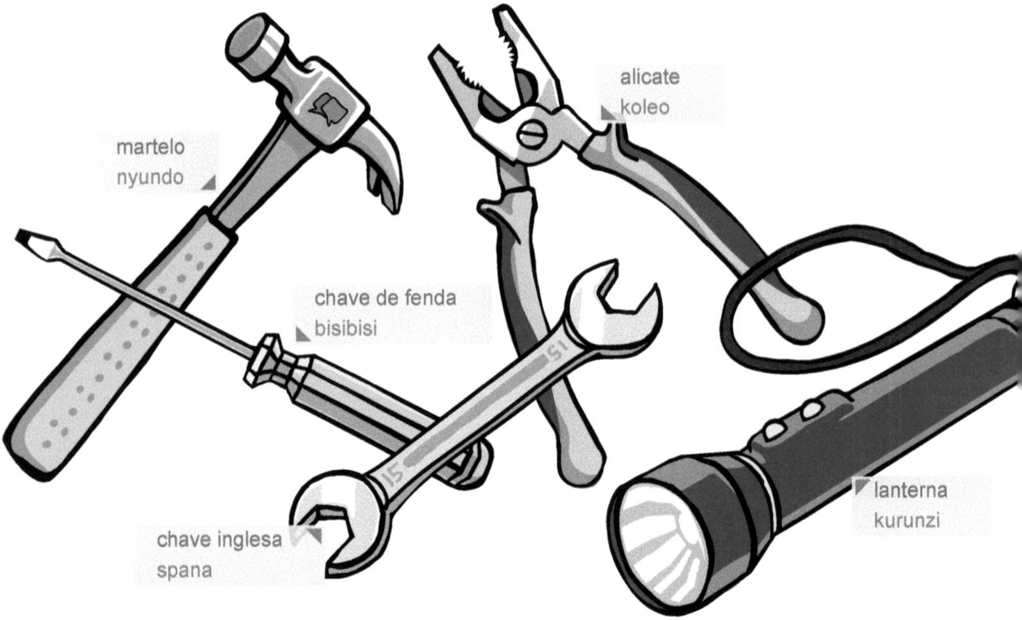
alicate
koleo
martelo
nyundo
chave de fenda
bisibisi
chave inglesa
spana
lanterna
kurunzi

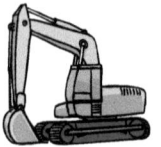

escavadora

mchimbaji

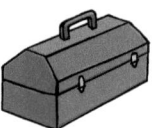

caixa de ferramentas

sanduku la vifaa

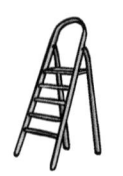

escada de mão

ngazi

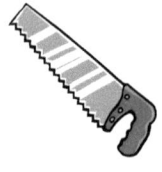

serra

msumeno

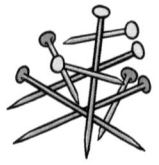

pregos

misumari

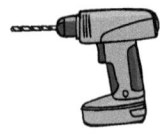

furadeira

kuchimba visima

consertar

kukarabati

pá

sepetu

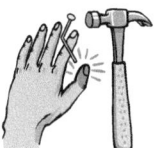

Droga!

Lo!

pá de lixo

kishikio cha uchafu

pote de tinta

chungu cha rangi

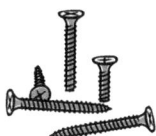

parafusos

skurubu

## instrumentos musicais
## ala za muziki

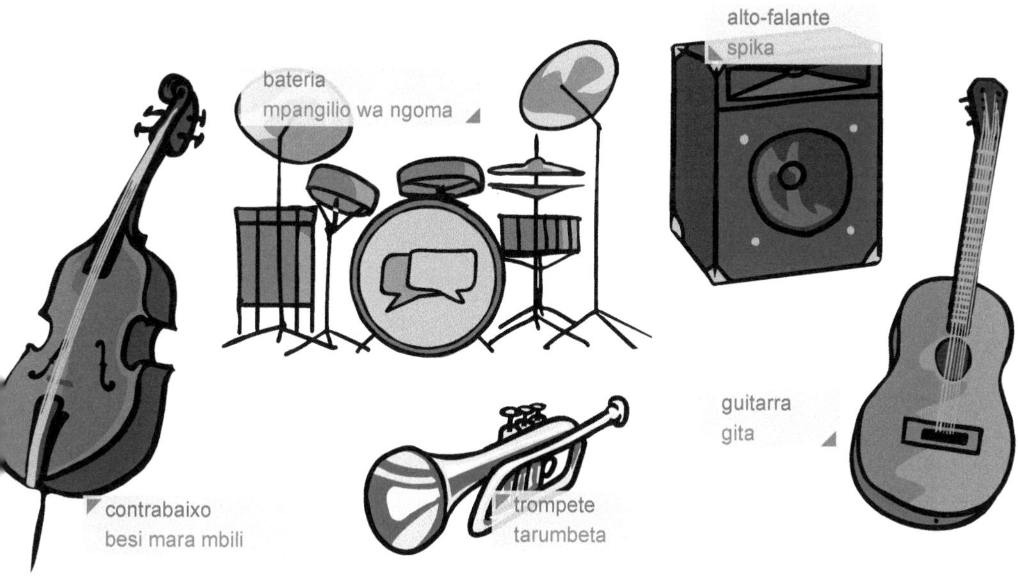

alto-falante
spika

bateria
mpangilio wa ngoma

guitarra
gita

contrabaixo
besi mara mbili

trompete
tarumbeta

piano
piano

violino
fidla

baixo
ubeji

timbales
timpani

tambor
ngoma

teclado
kibodi

saxofone
saksafoni

flauta
filimbi

microfone
maikrofoni

# zoológico
## bustani ya wanyama

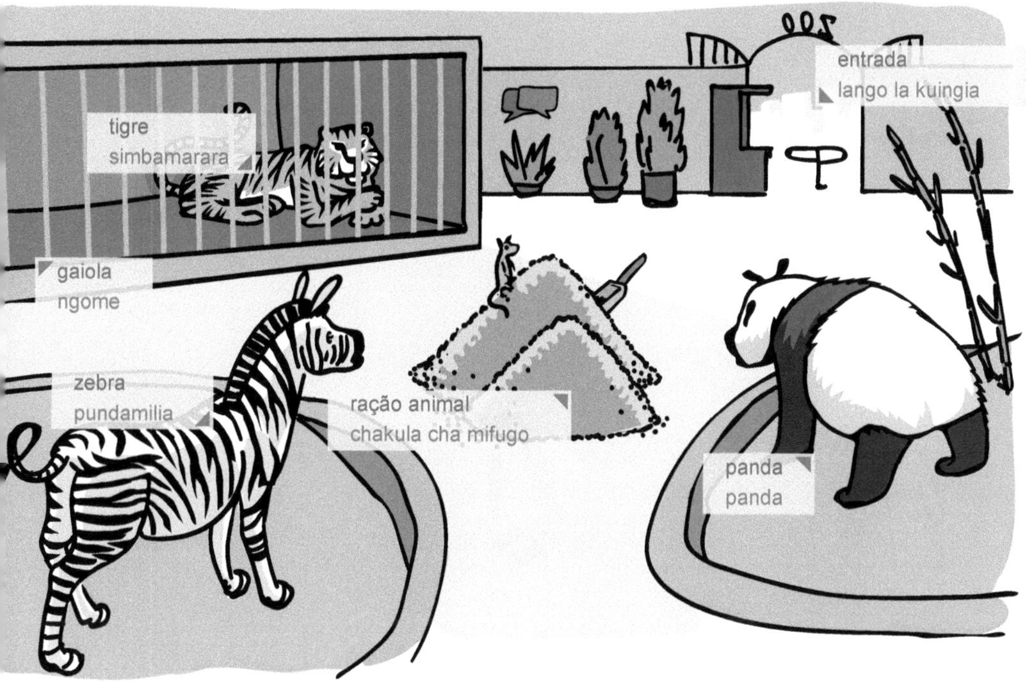

tigre
simbamarara
entrada
lango la kuingia
gaiola
ngome
zebra
pundamilia
ração animal
chakula cha mifugo
panda
panda


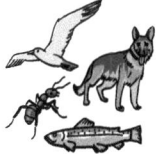

animais

wanyama

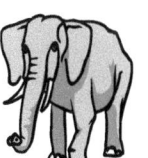

elefante

tembo

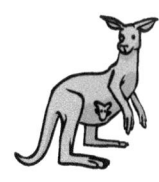

canguru

kangaruu

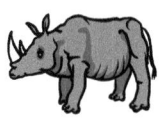

rinoceronte

kifaru

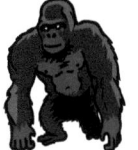

gorila

sokwe

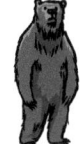

urso

dubu

camelo
ngamia

avestruz
mbuni

leão
simba

macaco
tumbili

flamingo
heroe

papagaio
kasuku

urso polar
dubu

pinguim
penguini

tubarão
papa

pavão
tausi

cobra
nyoka

crocodilo
mamba

guarda do zoológico
mtunza wanyama

foca
muhuri

jaguar
jaguar

pônei

mwanafarasi

leopardo

chui

hipopótamo

kiboko

girafa

twiga

águia

tai

javali

nguruwe mwitu

peixe

samaki

tartaruga

kobe

morsa

sili

raposa

mbweha

gazela

paa

futebol americano
soka ya marekani

ciclismo
uendeshaji baiskeli

tênis
tenisi

basquete
mpira wa kikapu

natação
kuogelea

boxe
ndondi

hóquei no gelo
magongo ya barafuni

futebol

soka

badminton

vinyoya

atletismo

riadha

handebol

mpira wa mikono

esqui

skii

polo

polo

# atividades
# shughuli

rir
cheka
pular
kuruka
abraçar
kumbatia
andar
kutembea
cantar
kuimba
sonhar
ota ndoto
rezar
kuomba
beijar
busu

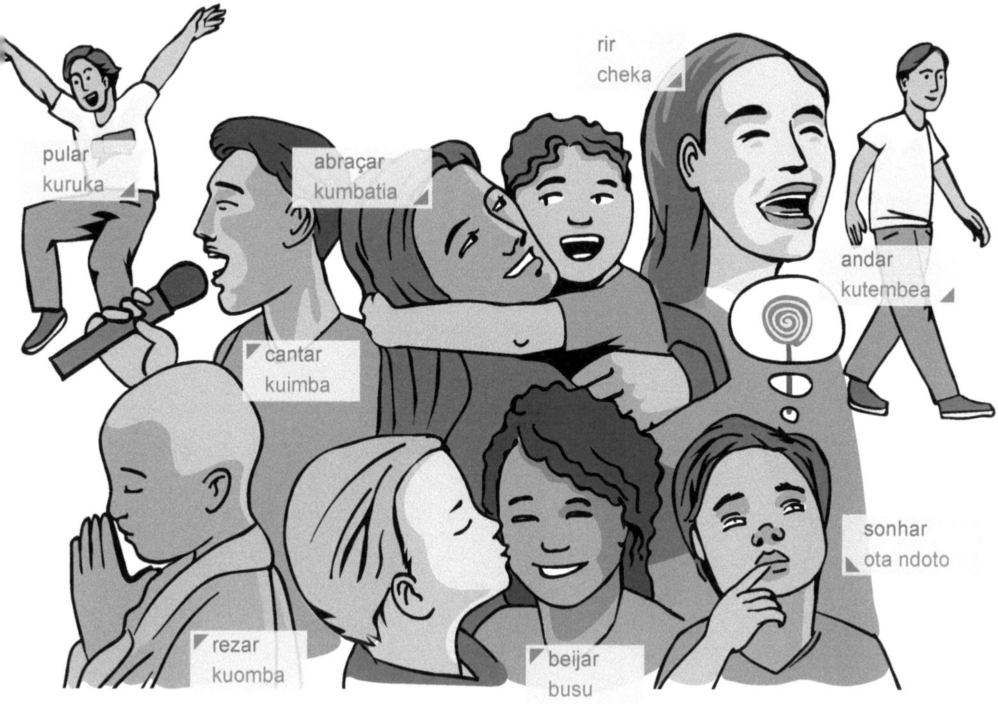

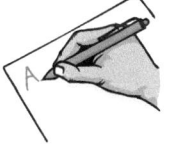

escrever

kuandika

desenhar

kuteka

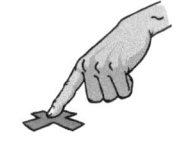

mostrar

angalia

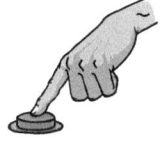

empurrar

sukuma

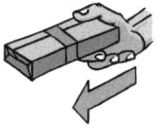

dar

kutoa

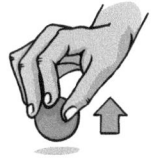

tomar

kuchukua

ter
.................
kuwa

fazer
.................
fanya

ser
.................
kuwa

ficar de pé
.................
kusimama

correr
.................
kukimbia

puxar
.................
vuta

jogar
.................
kutupa

cair
.................
kuanguka

deitar
.................
hadaa

esperar
.................
kusubiri

carregar
.................
kubeba

sentar
.................
kukaa

vestir
.................
vaa nguo

dormir
.................
usingizi

despertar
.................
kuamka

olhar para
.................
kuangalia

chorar
.................
lia

acariciar
.................
kiharusi

pentear
.................
chana nywele

falar
.................
ongea

entender
.................
kuelewa

perguntar
.................
kuuliza

ouvir
.................
kusikiliza

beber
.................
kunywa

comer
.................
kula

arrumar
.................
nadhifisha

amar
.................
upendo

cozinhar
.................
mpishi

dirigir
.................
gari

voar
.................
kuruka

velejar

meli

calcular

kokotoa

ler

kusoma

aprender

kujifunza

trabalhar

kazi

casar

kuoa

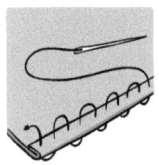

costurar

kushona

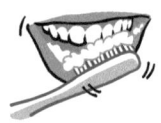

escovar os dentes

piga mswaki

matar

kuua

fumar

moshi

enviar

kutuma

avó
bibi

avô
babu

pai
baba

mãe
mama

bebê
mtoto

filha
binti

filho
bin

convidado
mgeni

tia
shangazi

tio
mjomba

irmão
kaka

irmã
dada

# corpo

# mwili

testa
paji la uso
olho
jicho
ombro
bega
dedo
kidole
rosto
uso
queixo
kidevu
mão
mkono
perna
mguu
peito
matiti
braço
mkono

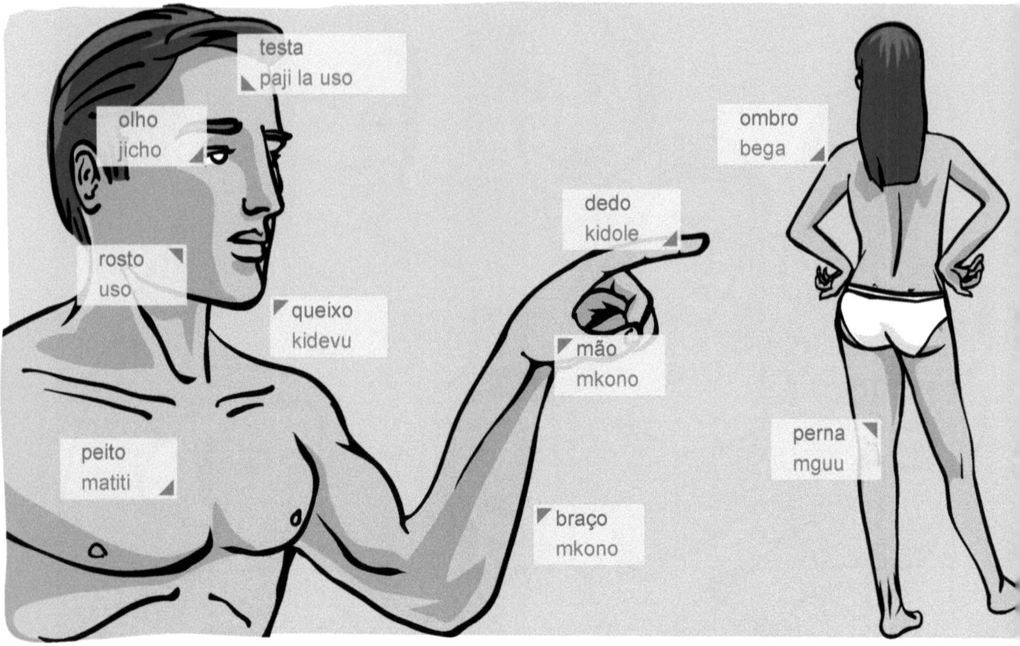

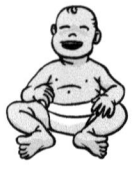

bebê

mtoto

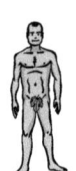

homem

mwanamume

mulher

mwanamke

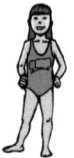

menina

msichana

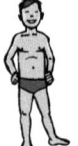

menino

mvulana

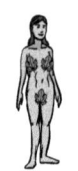

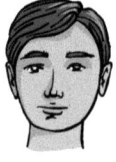

cabeça

kichwa

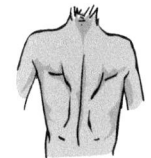

**costas**
nyuma

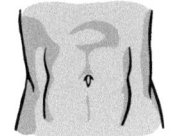

**barriga**
tumbo

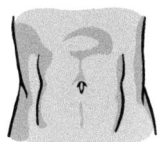

**umbigo**
kitovu

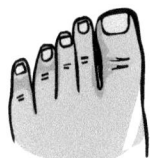

**dedo do pé**
chano

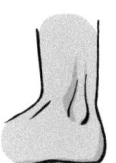

**calcanhar**
kisigino

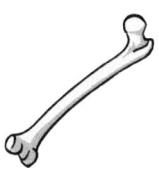

**osso**
mfupa

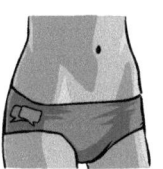

**anca**
nyonga

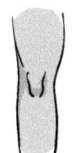

**joelho**
goti

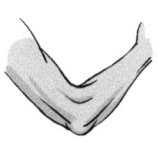

**cotovelo**
kiwiko

**nariz**
pua

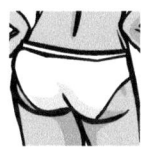

**nádegas**
chini

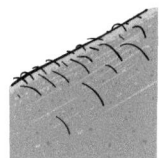

**pele**
ngozi

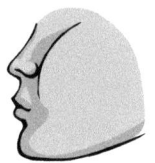

**bochecha**
shavu

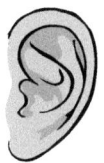

**orelha**
sikio

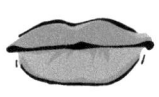

**lábio**
mdomo

boca

kinywa

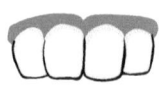

dente

jino

língua

ulimi

cérebro

ubongo

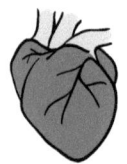

coração

moyo

músculo

misuli

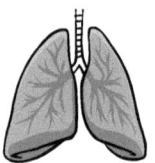

pulmão

pafu

fígado

ini

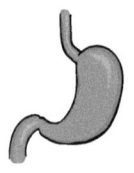

estômago

tumbo

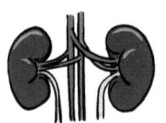

rins

figo

relações sexuais

jinsia

preservativo

kondomu

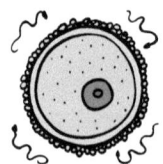

óvulo

ovari

esperma

shahawa

gravidez

mimba

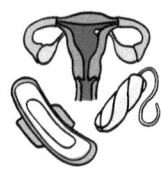

menstruação

hedhi

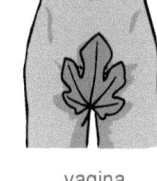

vagina

uke

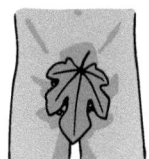

pênis

uume

sobrancelha

unyusi

cabelo

nywele

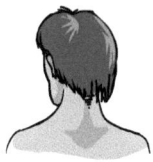

pescoço

shingo

# hospital
# hospitali

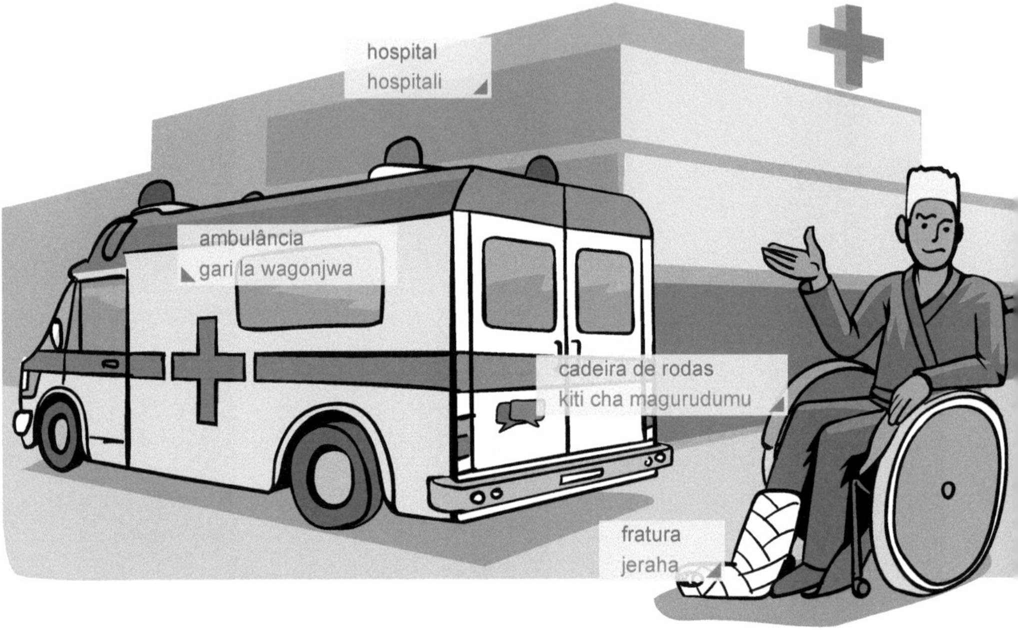

hospital
hospitali
ambulância
gari la wagonjwa
cadeira de rodas
kiti cha magurudumu
fratura
jeraha


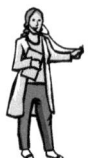

médico
daktari

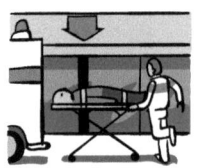

pronto-socorro
chumba cha dharura

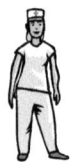

enfermeira
muuguzi

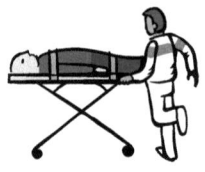

emergência
dharura

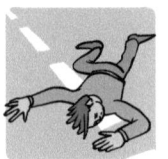

inconsciente
kupoteza fahamu

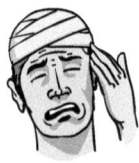

dor
maumivu

**ferimento**

kuumia

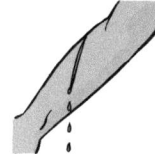

**hemorragia**

kutokwa na damu

**ataque cardíaco**

mshtuko wa moyo

**acidente vacular cerebral**

kiharusi

**alergia**

mzio

**tosse**

kikohozi

**febre**

homa

**gripe**

mafua

**diarreia**

kuharisha

**dor de cabeça**

maumivu ya kichwa

**câncer**

kansa

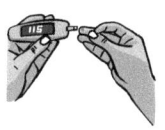

**diabetes**

ugonjwa wa kisukari

**cirurgião**

daktari mpasuaji

**bisturi**

kisu kidogo cha kupasulia

**operação**

operesheni

CT

picha changanufu ya mwili

raio x

Eksrei

ultrassom

mawimbi sauti

máscara

barakoa ya uso

doença

ugonjwa

sala de espera

chumba cha kusubiri

muleta

mkongojo

bandeide

plasta

ligadura

bendeji

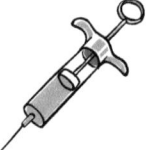

injeção

sindano

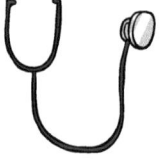

estetoscópio

stetoskopu

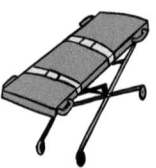

maca

machela

termômetro

kipimajoto cha kliniki

nascimento

kuzaliwa

excesso de peso

unene kupita kiasi

aparelho auditivo

kusikia misaada

desinfetante

kipukusi

infecção

maambukizi

vírus

virusi

HIV / AIDS

VVU / UKIMWI

medicamento

dawa

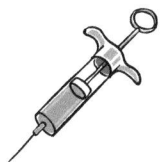

vacinação

chanjo

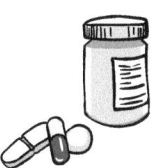

comprimidos

vidonge

pílula

kidonge

chamada de emergência

simu ya dharura

dispositivo de medição de
pressão arterial

haemodainamometa

doente / saudável

mgonjwa / mwenye afya

Socorro!
Msaada!

alarme
kengele

assalto
pigo

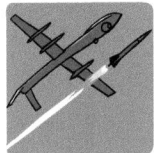

ataque
shambulizi

perigo
hatari

saída de emergência
lango la dharura

Fogo!
Moto!

extintor de incêndios
kizima moto

acidente
ajali

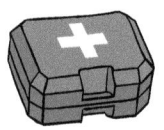

maleta de primeiros
socorros
vifaa vya huduma ya
kwanza

SOS
wito wa msaada

polícia
polisi

Europa

Ulaya

América do Norte

Amerika ya Kaskazini

América do Sul

Amerika ya Kusini

África

Afrika

Ásia

Asia

Austrália

Australia

Atlântico

Atlantiki

Pacífico

Pasifiki

Oceano Índico

Bahari ya Hindi

Oceano Antártico

Bahari ya Antaktiki

Oceano Ártico

Bahari ya Aktiki

Polo Norte

Ncha ya Kaskazini

Polo Sul

Ncha ya Kusini

Antártica

Antaktika

Terra

dunia

terra

nchi

mar

bahari

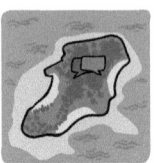

ilha

kisiwa

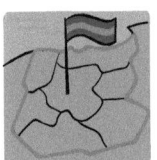

nação

taifa

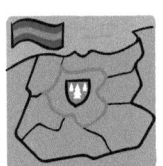

estado

jimbo

mostrador do relógio

uso wa saa

ponteiro das horas

akrabu ya saa

ponteiro dos minutos

akrabu ya dakika

ponteiro dos segundos

akrabu ya sekunde

Que horas são?

Ni saa ngapi?

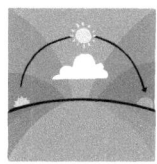

dia

siku

tempo

wakati

agora

sasa

relógio digital

saa ya dijitali

minuto

dakika

hora

saa

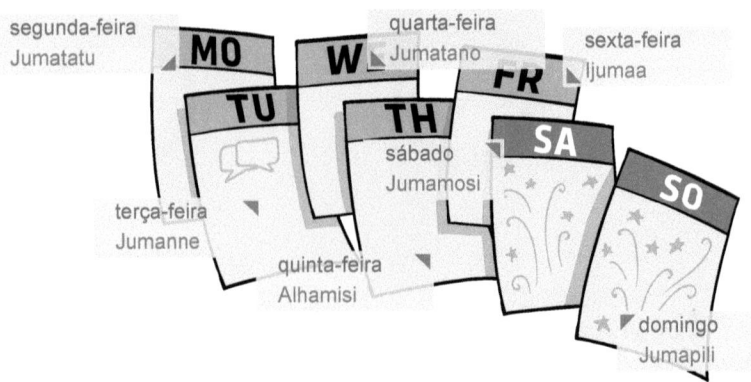

segunda-feira
Jumatatu

terça-feira
Jumanne

quarta-feira
Jumatano

quinta-feira
Alhamisi

sábado
Jumamosi

sexta-feira
Ijumaa

domingo
Jumapili

ontem
jana

hoje
leo

amanhã
kesho

manhã
asubuhi

meio-dia
saa sita mchana

entardecer
jioni

dias úteis
siku za biashara

fim de semana
mwishoni mwa wiki

chuva
mvua

arco-íris
upinde wa mvua

vento
upepo

neve
theluji

primavera
majira ya machipuko

outono
vuli

verão
kiangazi

inverno
majira ya baridi

| | | |
|---|---|---|
| 4.APRIL | 11° | ☀ |
| 5.APRIL | 4° | 🌧 |
| 6.APRIL | 13° | 🍃 |
| 7.APRIL | 8° | ❄ |
| 8.APRIL | 10° | ☀ |

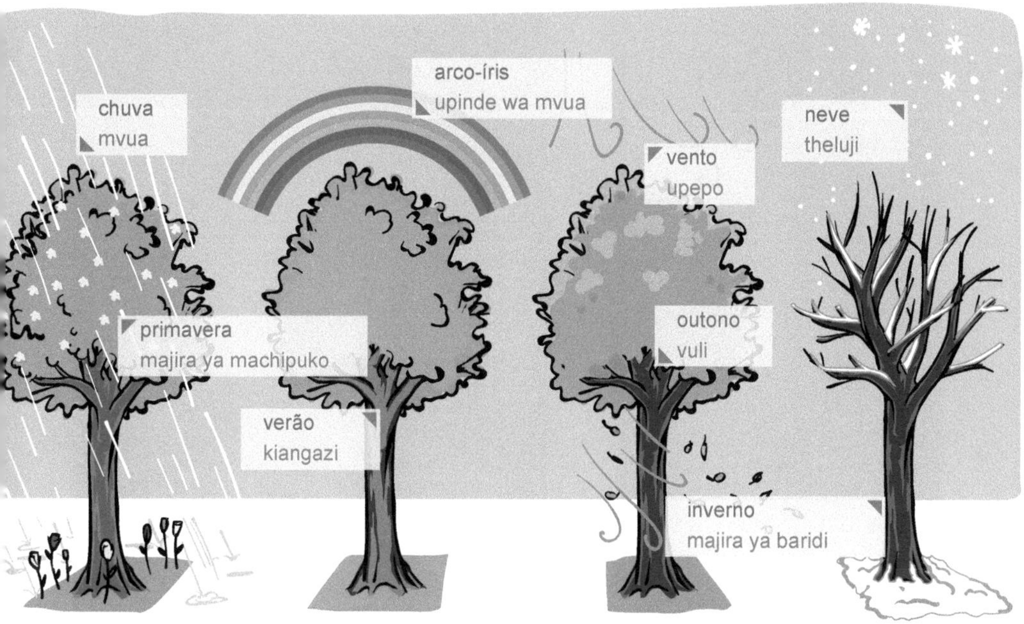

previsão do tempo

utabiri wa hali ya hewa

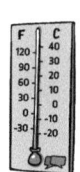

termômetro

kipimajoto

raio de sol

mwanga wa jua

nuvem

wingu

neblina / nevoeiro

ukungu

umidade do ar

unyevu

| | | |
|---|---|---|
| 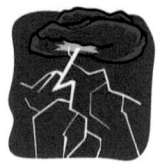 |  |  |
| relâmpago | trovão | tempestade |
| umeme | radi | dhoruba |
|  |  |  |
| granizo | monção | inundação |
| mvua ya mawe | monsuni | mafuriko |
|  |  |  |
| gelo | janeiro | fevereiro |
| barafu | Januari | Februari |
|  |  |  |
| março | abril | maio |
| Machi | Aprili | Mei |
|  |  |  |
| junho | julho | agosto |
| Juni | Julai | Agosti |

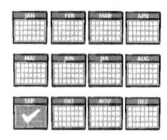

setembro

Septemba

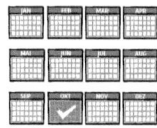

outubro

Oktoba

novembro

Novemba

dezembro

Desemba

## formas
## maumbo

círculo

mduara

quadrado

mraba

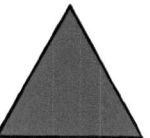

retângulo

mstatili

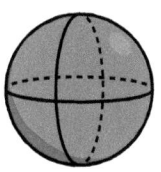

triângulo

pembetatu

esfera

nyanja

cubo

mchemraba

branco

nyeupe

amarelo

manjano

laranja

chungwa

rosa

rangi ya waridi

vermelho

nyekundu

lilás

hudhurungi

azul

bluu

verde

kijani

marrom

hanja

cinza

jivujivu

preto

nyeusi

muito / pouco
mengi / kidogo

furioso / tranquilo
hasira / pole

lindo / feio
nzuri / mbaya

começo / fim
mwanzo / mwisho

grande / pequeno
kubwa / ndogo

claro / escuro
angavu / giza

irmão / irmã
kaka / dada

limpo / sujo
safi / chafu

completo / incompleto
kamilika / tokamilika

dia / noite
siku / usiku

morto / vivo
wafu / hai

largo / estreito
pana / nyembamba

comestível / não comestível

kulika / kutolika

mau / gentil

ovu / ema

entusiasmado / entediado

sisimkwa / udhika

gordo / magro

nene / nyembamba

primeiro / último

kwanza / mwisho

amigo / inimigo

rafiki / adui

cheio / vazio

jaa / tupu

duro / macio

ngumu / laini

pesado / leve

nzito / nyepesi

fome / sede

njaa / kiu

doente / saudável

mgonjwa / mwenye afya

ilegal / legal

haramu / kisheria

inteligente / idiota

akili / kijinga

esquerda / direita

kushoto / kulia

perto / longe

karibu / mbali

novo / usado

mpya / kutumika

nada / alguma coisa

kitu / jambo

velho / jovem

zee / changa

ligado / desligado

waka / zima

aberto / fechado

wazi / fungwa

baixo / alto

utulivu / kelele

rico / pobre

tajiri / masikini

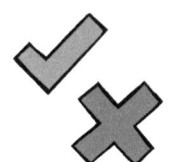

certo / errado

sahihi / kosa

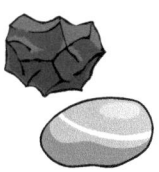

áspero / liso

mbaya / laini

triste / feliz

huzunika / furahia

curto / longo

fupi /ndefu

lento / rápido

polepole / haraka

molhado / seco

nyevu / kavu

ameno / fresco

joto / baridi

guerra / paz

vita / amani

# números

## nambari

| | | |
|---|---|---|
| **0** zero sufuri | **1** um moja | **2** dois mbili |
| **3** três tatu | **4** quatro nne | **5** cinco tano |
| **6** seis sita | **7** sete saba | **8** oito nane |
| **9** nove tisa | **10** dez kumi | **11** onze kumi na moja |

**12**

doze
kumi na mbili

**13**

treze
kumi na tatu

**14**

quatorze
kumi na nne

**15**

quinze
kumi na tano

**16**

dezesseis
kumi na sita

**17**

dezessete
kumi na saba

**18**

dezoito
kumi na nane

**19**

dezenove
kumi na tisa

**20**

vinte
ishirini

**100**

cem
mia

**1.000**

mil
elfu

**1.000.000**

milhão
milioni

inglês
Kiingereza

inglês americano
Kiingereza cha Marekani

chinês mandarim
Kimandarini cha Uchina

hindi
Kihindi

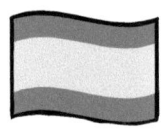

espanhol
Kihispania

francês
Kifaransa

árabe
Kiarabu

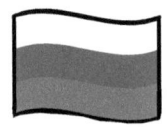

russo
Kirusi

português
Kireno

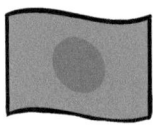

bengalês
Kibengali

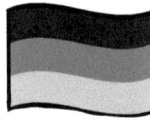

alemão
Kijerumani

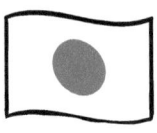

japonês
Kijapani

eu

mimi

você

wewe

ele / ela

yeye / yeye / ni

nós

sisi

vocês

wewe

eles / elas

wao

quem?

nani?

O quê?

nini?

como?

jinsi gani?

onde?

wapi?

Quando?

lini?

nome

jina

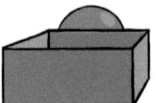

atrás

nyuma

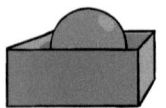

em

katika

na frente de

mbele ya

sobre

juu ya

em cima

kwenye

debaixo

chini ya

do lado

kando

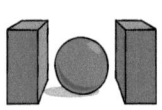

entre

kati

lugar

mahali